Kilabot Files: Gabi ng Lagim
Bangungot Series

Jemar Rayter Pigar

Ukiyoto Publishing

All global publishing rights are held by

Ukiyoto Publishing

Published in 2021

Content Copyright © **Jemar Rayter Pigar**

ISBN 9789367951767

All rights reserved.
No part of this publication may be reproduced, transmitted, or stored in a retrieval system, in any form by any means, electronic, mechanical, photocopying, recording or otherwise, without the prior permission of the publisher.

The moral rights of the author have been asserted.

This is a work of fiction. Names, characters, businesses, places, events, locales, and incidents are either the products of the author's imagination or used in a fictitious manner. Any resemblance to actual persons, living or dead, or actual events is purely coincidental.

This book is sold subject to the condition that it shall not by way of trade or otherwise, be lent, resold, hired out or otherwise circulated, without the publisher's prior consent, in any form of binding or cover other than that in which it is published.

www.ukiyoto.com

Dedication

Ini-dedicate ko ang kuwento kong ito para sa lola ko na si Lola Sofia Pigar, kay Ama, sa labnalab kong Si Draven Black na naging inspirasyon ko sa pagsusulat, sa lahat ng mga sumuporta sa akin. Siyempre sa Ukiyoto Publishing na binigyan ako ng regalo para sa Disyembre na ito. Salamat sa lahat. Ito ang regalo ko sa lola ko sa araw mismo ng Pasko.

CONTENTS

Hesus	1
The ritual	7
Ang lihim ng mutya at anting-anting	17
Kung bakit namatay si mateo?	25
Sino si drew?	39
About the Author	*46*

Hesus

"SAAN n'yo ako dadalhin? Pakiusap! Pakawalan n'yo ako! H-Hesus! Tulungan mo ako!"

Tila kinakatay na baboy ang binatang si Wangas habang sumisigaw. Bumabakat ang mga ugat niya sa leeg at mga braso. Panay rin ang kanyang pagpupumiglas. Subalit ni hindi man lang iyon tumalab sa dalawang nilalang na nakahawak sa kanya.

Sinubukan niya'ng tumakas ulit sa mga kamay ng dalawang santong may sungay na may imahe ni Hesus. Huminga si Wangas nang malalim. Ang mataba niyang tiyan ay unti-unting humumpak. Inipon niya sa tiyan ang nahigop na hangin. Umungol siya nang malalim. Kasabay no'n ay unti-unti niyang ibinuga ang naipong hangin sa baga at buong lakas na nagpumiglas sa dalawang nilalang.

Pero ngumisi lang ang dalawang santo. Mahigpit na humawak ito sa kanyang mga kamay at braso. Sinlakas ng higante ang enerhiyang mayrooon ang mga nilalang kung kaya't hindi niya nagawang makatakas. Nawalan ng saysay ang pagiging mataba niyang tao.

Kinaladkad pa siya ng dalawang santo patungo sa kuweba. Huminto sila sa may malaking bato kung saan makikita ang isang mahabang kadena na nakatali sa isang bakal; na nakatusok naman sa bato.

Pagkapasok pa lang ay sumuot sa ilong ni Wangas ang alikabok dahilan para maubo siya at mapuwing. Gusto ring bumaligtad ng kanyang sikmura sa halu-halong amoy sa buong paligid. Parang naagnas na bangkay at bulok na karne ang alingasaw na pumapailanlan sa paligid.

Gusto niya sanang takpan ang ilong ngunit hindi niya magawa dahil sa kanyang sitwasyon ngayon. Pero naisip niya, kahit gumamit yata siya ng tripleng pantakip ay hindi sapat 'yon bilang pananggga sa bagsik ng amoy.

Sa nanlalabong paningin ay nakita ni Wangas ang mahigit sa bente na santo na may imahe ng katulad ni Hesus. Ngunit ang pinagkaiba ay tila may mga sungay rin ito tulad ng mga kumaladkad sa kanya kanina nang magising siya sa gitna ng gubat.

At tila nanggagaling sa mga nilalang ang nakasusulasok na amoy. May mga hawak itong kahoy na umaapoy. Maiingay ang mga ito at iisa lang ang sinisigaw: "Hampasin na iyan!"

Nang unti-unting naging malinaw sa kanya ang lahat, doon pa lang naging klarado kay Wangas ang paligid. Nasa isang kuweba nga sila.

Iginala niya ang kanyang atensiyon sa kuweba. Walang ibang nakadisenyo roon kung hindi ang mga kambing sa bawat paligid habang nakasubo sa mga bunganga ng mga ito ang pulang krus na baligtad. Ang mga tumatakas naman na sinag ng araw mula sa butas ng kuweba ay nahahaluan ng silaw ng apoy mula sa kahoy na hawak-hawak ng mga nilalang.

Kasalukuyang nagsasayawan ang mga santo. Iwinawasiwas nila ang mga dala-dalang kahoy na umaapoy. Isinisigaw ang, 'Hampasin na iyan!'.

Tumigil lang ang mga nilalang sa ginagawa dahil nagbigay sila ng espasyo upang makaraan sila Wangas sa gitnang bahagi ng kuweba, kung nasaan ang malaking bato.

"Te-teka? Ano'ng ga-gagawin n'yo sa `kin? Na-nasaan ba ako? Hesus! Tu-tulungan mo ako!" Tumingin si Wangas sa nilalang na nakahawak sa kaliwa niyang braso. "I-ikaw! Ka-kayo ang Mahal na Pa-panginoon, hindi ba? Kayong lahat." Tinitigan niya rin ang lahat ng santo sa kuwebang iyon. "Ba-bakit n'yo ako gi-ginaganito? Ano ba ang na-nangyayari?" nahintatakutan niyang litanya.

Parang literal na pumilipit ang kanyang dila dala ng takot at posibleng mangyari sa kaniya ngayon. Para bang nawalan ng sigla ang mukha niya nang magpalipat-lipat ang tingin sa dalawang santong nakahawak pa rin sa kanyang mga braso.

"Huwag mong tawagin si Hesus, hangal! Patay ang Diyos! Hindi ka Niya pakikinggan!" Tila hinugot ang malamig ngunit malalim na boses ang mga salitang iyon sa kailaliman ng lupa. Galing iyon sa santong nakahawak sa kanya.

Hinila si Wangas ng dalawang santo kaya nanlalatang nagpadala siya rito. Kahit anong pagpupumiglas ang gawin niya ay wala ring nangyayari. Ni ang lugar nga kung nasaan siya ngayon ay hindi niya rin alam.

"HAMPASIN na `yan!!!"
"Hampasin na `yan!!!"
"Aaahhh!!!"

Parang wala na'ng bukas kung makasigaw si Wangas. Ang hapdi ng kanyang likod dahil sa natamong lapnos mula sa paghampas ng mga santo sa kanyang likod—gamit ang kahoy na umaapoy—ay tila isang penitensiya.

Lahat ng naroon sa kuweba ay walang pakialam. Patalikod na nakatali si Wangas sa bakal na nakatusok sa malaking bato.

Lumapit sa kanya ang isa pang imahe ng santo. Itinaas nito ang hawak-hawak na pamalo na kung iisipin ay mas delikado pa kaysa sa palaspas.

Ngumisi muna ang santo at tinitigan siya. Inilapit ng nilalang ang dala-dalang kahoy na umaapoy at dahan-dahang idinikit sa kanyang likod.

Nangilid ang luha sa mga mata ni Wangas at tanging impit na lang ang nagawa niya nang tumagal ng ilang minuto sa pagkadikit ang nag-aalab na kahoy. Dahan-dahang ihinimas pa ng santo ang kahoy sa buong likod niya—paitaas at paibaba. Pagkatapos ay marahas na inalis ng nilalang ang kahoy kapagkuwa'y malakas ulit na inihampas sa kanyang likod! Idiniin pa nito ang kahoy sa namumula at namamaga niyang likod na kita na ang laman pati ang dugo na tumutulo mula roon.

Lupaypay si Wangas na humalik sa malaking bato sa natamong parusa. Unti-unti na ring nanlabo ang mga mata niya sa nagkalat na luha. Hindi niya magawang sumigaw sa sakit, lapnos, at hapdi ng kanyang likod. Idagdag pa ang nakasusulasok na mabagsik na amoy at ang takot na nararamdaman niya sa mga walang awang santo.

"S-sana hi-hindi ako na-naniwala sa `yo, Hesus... Aaahh!" Hindi na natapos ang kanyang sasabihin mula sa pasakit na kanyang nararanasan dahil nadagdagan pa iyon ng panibagong sakit.

Muli kasing naramdaman ni Wangas ang paghapdi ng kanyang likod nang dumapo roon ang kahoy na hawak-hawak ng isa pang santo na lumapit sa kanya.

"Hampasin na `yan..."

"Hampasin na `yan..."

Halos lahat ng santong nasa kuweba na iyon ay lumapit sa kanya at walang awang hinampas siya sa likod. Sa bawat paghampas ng mga santo ay nakaguhit sa kanila ang ngisi.

Hinang-hina na si Wangas at halos hindi na niya maidilat ang kanyang mga mata. Ang tanging bagay na lang na tumatakbo sa kanyang isipan ay walang iba kung hindi si Hesus.

MULA sa pagkakagapos ay may apat na santong bumuhat sa hindi makilalang anyo ni Wangas. Lumabas sila sa kuweba. Pumunta sa isang bundok kung saan makikita ang isang mahabang krus at ang mga pako na may korte ring krus ngunit pabaligtad.

Mag-aalas dos na ng hapon. Makikitang nakahiga si Wangas sa malaking krus. Tanging ang literal niyang kinatatakutang sinag ng araw sa kalangitan ang naglalaro sa natitirang kamalayan ni Wangas.

Ilang sandali lang ay naramdaman ni Wangas ang pagbaon ng baligtad na krus na pako sa mga kamay at paa niya. Ang humihilab na sakit na nagmumula roo'y naging rason nang pagtulo ng kanyang luha. Walang tigil. Hinang-hina na siya at bibigay na.

Nagawa pang murahin ni Wangas si Hesus sa isipan nang makita ang santong lumapit sa kanyang uluhan.

"Magpaalam ka na sa sinasabi mong Hesus. Ewan ko lang kung pakinggan ka Niya." Humalakhak pa ito at ibinaon ang pako sa kanyang noo.

Unti-unting dumilim ang lahat kay Wangas nang maramdaman ang pagtalsik ng dugo mula sa kanya noo. Dumapo ang ilan no'n sa kanyang mukha.

Alas tres ng hapon. Kagaya nang pagkamatay ni Hesus, binawian ng buhay si Wangas.

SA nakatagong lugar sa Capiz...

"O, Hesus! Ang sarap mong tikman. Luluhod ako ngayon upang ika'y bigyan ng nakakaengganyong kasarapan... ng walang hanggang kaligayahan. Bigyan mo lamang ako ng lakas upang mabigyan ka ng laman."

Alas dose nang gabi. Eksaktong natuon sa Biyernes Santo ang pagbibiro ni Hesus kay Wangas.

Makikita sa namumulang mga mata ng aswang na si Wangas ang pagnanasa. Lumabas ang mahabang dila niya. Gumalaw-galaw iyon at dinilaan ang bibig ng manananggal na si Hesus.

"Dapat ko pa bang banggitin ang mga salitang iyon, Hesus, upang maging ganap akong tao?" tanong ni Wangas sa gitna ng kanilang ginagawa.

Inilapit ni Hesus ang hating katawan kay Wangas at hinalikan niya ito. "Dapat lang na banggitin dahil iyon ang sinasabi ng libro ni Grazilda, ang reyna ng mga aswang."

"Paano kung mali ang sinasabi ni Grazilda? Sa pagkakaalam ko ay wala pang nagpapatunay na totoo 'yon."

"Kaya nga ginagawa natin ito dahil nais nating patunayan. Gusto kong maging tao. Gano'n ka rin, 'di ba? Mangyayari lamang 'yon ngayong unang araw ng Abril."

Walang nagawa si Wangas kung hindi sundin ang sinabi ni Hesus. Hinalikan niya ulit ang manananggal. Bumaba ang dila niya sa pumipintig-pintig na lamang-loob nito. Hinalikan niya iyon, binasa ng laway, at sinipsip ang dugo roon. Iyon daw ang kailangan, ayon kay Hesus.

At unti-unti ay dumilim ang lahat kay Wangas.

Napangisi si Hesus nang natumba si Wangas sa lupa matapos itong sipsipin ang kanyang lamang-loob.

Ang totoo'y hindi sila magaganap na tao. Gusto niya lang magkaroon ng anak mula sa matagal na niyang minamahal na si Wangas. At mangyayari lamang iyon sa unang araw ng Abril.

Subalit ang hindi alam ni Hesus, may konsekwensiya ang ginawa niyang pagbibiro kay Wangas. Dahil dinalaw si Wangas ng mga santong may sungay sa kanyang panaginip sanhi sa pagbanggit nito sa pangalan ni Hesus, na ayon sa mga demonyo, sila ang tinatawag nito hindi ang Diyos, dahil patay mismo ito.

Ang totoo, hindi lang si Wangas ang naloko ni Hesus dahil pati mismo ang mga santong may sungay ay nabiro. Akala siguro ng mga ito ay ang mismong Tagapagligtas ang binanggit ni Wangas pero ang totoo, isang pangalan lamang iyon ng isang manananggal na puno ng pagnanasa.

Wakas.

The Ritual

MAGPAPATULOY ang paghahasik ng lagim ng isang sakit—siyang magiging rason ng pagdami ng mga halimaw. Mga nilalang na lulusob sa buong bansang nagdiriwang ng Pasko.

Ingat lang at baka ang bayan na ninyo ang lulusubin ng mga halimaw na `to...

"DOK XETHELMO, matagal na po akong nakararamdam ng pagsusuka. Nahihirapan din po akong makaihi," sagot ni Andrew nang tanungin siya nito kung ano ang nararamdaman niya.

Ngumiti ang doktor. "Mabuti naman at agad kayong nagpakunsulta rito."

Lumakad si Dr. Xethelmo patungo sa isang kabinet. May kinuha ito roong bote at lumapit kay Andrew na katabi ang asawang si Carla.

Ipina-laboratory test muna si Andrew bago inirekomenda ang gamot na nasa itim na bote. Sinabi ng doktor na inumin niya iyon.

SAMANTALA, nilingon ng isang lalaki ang kabilugan ng buwan. Katamtaman ang dilim na bumabalot sa gabi. May pang-gabing ibon na nagliliparan sa ulap kasabay ng paghangin nang malakas. Nakikisabay roon ang sayaw ng bawat puno at sigaw ng mga uwak na tila abot sa kalangitan. Makikita rin ang mga nagkikislapang Parol sa bawat bintana ng bahay. May mga nagto-torotot at may mga batang nasa labas—nagpapaputok ng mga paputok. Senyales iyon na inaabangan nila ang pagsapit ng alas-dose ng gabi. Ang pagsapit ng Pasko.

Normal na bagay lamang iyon para sa ibang tao. Ngunit mahalaga para sa isang kontemporaryong pagano ang kabilugan ng buwan na iyon sa araw ng Pasko. Katulad niya na kasalukuyang gumagawa ng ritwal.

Gumuhit ang ngisi sa labi ng lalaki habang binubuksan ang sekretong lagusan ng silid. Lumapit siya sa isang mesa na may tatlong diyos-diyosan at kung anu-ano pang mga kagamitan sa ritwal ng isang pagano.

Kinuha ng lalaki ang isang pentagramo sabay wika sa harap ng rebulto ng diyos ng buwan na si Santa Claus.

"Magsisimula na ang pagkalat ng lagim..."

Sa isang madilim na silid kung saan nakapalibot ang mga kandila sa pabilog na hugis, makikita siya roon na hubo't hubad at kasalukuyang hinihimas ang bawat parte ng katawan.

Pawisan na ang lalake at base sa ginagawa niya'y parang iniipon ang sariling pawis mula sa paggiling-giling ng katawan gamit ang itim na panyo. Pagkatapos ay pinipiga ng lalaki ang panyong iyon at inilalagay ang katas ng pawis sa isang itim na mangkok— kung saan nakalagay roon ang isang `di pangkaraniwang halaman.

Pagkatapos ay inilapit niya ang kanyang maselang katawan sa isang pentakel na simbolo ng bawat pagano. Hugis tala ang pentakel na napapalibutan ng bilog. Sa gitna ng tala ay may bungangang nakaukit.

Hinimas-himas ng lalaki ang kanyang ari sa bunganga ng tala pagkatapos ay inilagay nito ang pentakel sa altar. Doon ay makikita ang dalawang rebulto; isang babae na may koronang buwan habang ang lalaki nama'y may dalawang sungay. Iyon ang diyos na si Santa Claus.

Sinasabing ang tatlong bagay na nasa altar ay ang mga diyos ng kontemporaryong paganismo. Ayon sa paniniwala ng lalaki, iyon ang magbibigay katuparan sa kung anuman ang hilingan niya.

"Nawa'y masakop ko ang lugar ng Kerubola ngayong Pasko at pagkatapos ang buong mundo," nakapikit niyang hiling habang ang kaliwang kamay ay nakahawak sa isang pentagramo.

Sunod ay kinuha ng lalaki ang isang maliit na human mixed microchip implant o HMMI sa mesa. Mahigpit iyong hinawakan. Matagal na niyang naimbento ang HMMI upang maisagawa ang kanyang plano.

Ang microchip na iyon ay isang sangkap na kahit malusaw ay nakakonekta pa rin iyon sa isang red button na ginawa ng lalaki.

"Kapag ginamit mo ang kaliwang kamay mo sa paggamit ng pentagramo, isang masamang intensiyon ang iyong plano. Kasalungat naman n'on ang mangyayari kung gagamitin mo ang iyong kanang kamay." Naalala niya iyon sa nabasa niyang artikulo tungkol sa ritwal ng paganismo.

Tiningnan ng lalake ang halaman sa isang itim na mangkok. Walang pag-aalinlangang inilagay niya ang maliit na microchip sa kaliwang kamay at iyon ang ginamit sa pentagramo.

Ang pentagramo ay may limang elemento; ito'y maaring hangin, apoy, tubig, lupa, at ispiritu. Hugis tala rin ang pentagramo at ang ispiritu ang nasa bandang itaas nito.

Katulad sa paggamit ng Ouija, itinutok ng lalaking iyon ang microchip sa lupa dahil ang halaman ay galing do'n. Sunod ay ginalaw ng lalaki ang microchip at itinutok sa ispiritu.

Lupa at espiritu.

Nais kasi niyang bigyang buhay o ispiritu ang halaman na iyon kasama ang microchip na ginamit. Ilang sandali lang ay biglang may itim na usok ang lumabas sa dalawang diyos-diyosan at pulang usok naman ang sa pentakel na nasa altar. Senyales iyon na napagtagumpayan nito ang ritwal.

Nagsanib-puwersa ang dalawang usok. Pumasok iyon sa itim na mangkok kung saan nakalagay ang hindi pangkaraniwang halaman na kung tawagin ay Datura—isang halaman na sinasabing galing pa sa bahay ni Santa Claus. Sariling tanim nito na nabubuhay sa snow. Halaman na nagbibigay ng isang sakit sa isang tao.

At kapag kumalat ang sakit na iyon sa pamamagitan ng ritwal na ginawa niya'y tuluyang eepekto `yon sa katawan ng tao.

Kumulo ang nasabing itim na mangkok at kasabay no'n ang pag-iba ng kulay ng Datura. Walang inaksayang oras ang lalaki. Agad niyang inihalo ang maliit na HMMI sa kumukulong mangkok at ilang sandali lang ay tumigil ang pagkulo no'n. Ang kaninang halaman pati ang microchip na inihalo ay nalusaw at naging likido.

Pagkatapos ay kinuha ng lalaki ang isang bote at pagkatapos ay sinalok ang mga likidong nakuha niya sa ginawang ritwal at inilagay sa bote.

SINUNOD nila Carla at Andrew ang payo ng doktor na inumin ni Andrew ang iminungkahi nitong gamot. Pagkatapos kumain ni Andrew ay agad itong uminom ng gamot at nakatulog kaagad. Sinabi nitong bukas na lang daw nila ipagdiwang ang Pasko dahil hindi kaya ng lalaki ang maghanda mamayang alas-dose.

Kinabukasan...

Pagkatapos maghanda ni Carla sa lahat ng handa nila sa Pasko ay tinungo niya ang kuwarto ni Andrew upang sabay na silang kumain ng asawa.

Subalit laking gulat ni Carla nang akmang kakatok na siya sa pintong may disenyong Santa Claus na litrato ay bigla iyong nawasak sanhi nang pagsipa roon ni Andrew!

Hindi alam ni Carla kung paano nagawang wasakin ni Andrew iyon. May iniinda kasi itong sakit kaya nagugulumihanan siya sa nasaksihan. Nagsisisigaw siya dahil nagngingisay-ngisay bigla ang asawa. Parang paralisadong pabaligtad na gumapang papalapit kay Carla.

Kinakabahang tiningnan ni Carla si Andrew. Namumula ang mga mata nito at naging maputla ang katawan. Nagsisilabasan din ang mga ugat sa mukha nito.

Parang ibang Andrew ang nasa harapan ni Carla ngayon!

Pabaligtad na nilapitan siya ng asawa kung kaya't agad siyang nahintakutan at napaatras sabay tumakbo papuntang kusina.

Hindi alam ni Carla kung bakit ginagawa niya `yon pero sa kanyang nakikita ngayon, parang hindi siya kilala ni Andrew. Nanlilisik ang pulang mga mata nito at gumagapang nang nagngingisay-ngisay na parang paralisado.

Parang infected na zombie!

"Anong nangyayari?" nahihintakutang tanong niya at hinarang ang mesa nila sa kusina upang hindi makalapit ang asawa sa kanya. Naglaglagan doon ang mga plato pati ang ham na kanina'y hinati niya.

Subalit sadyang malakas si Andrew. Bigla nitong winasak ang mesa nila sa pamamagitan ng pagsuntok doon! Nahintakutan si Carla at agad na napaatras!

Sinipa ni Andrew ang mga plastik nilang upuan at binalibag nito ng electric fan nila. `Pagkuwa'y naglalaway ito at pabaligtad ulit na gumapang papalapit kay Carla.

Pawisan na si Carla at animo'y lalabas na ang puso niya sa kanyang dibdib. Hindi niya alam kung anong nangyayari sa kanyang asawa. Kagabi lang ay maayos pa naman ang kalagayan nito at nakatulog matapos inumin ang gamot na inirekomenda ni Dr. Xethelmo. Pero ngayon ay nag-ibang anyo na. Ang mas malala, bakit sa araw ng Pasko pa?

"A-Andrew, a-ano'ng na-nangyayari sa `yo?" umiiyak niyang tanong.

Napaigtad siya dahil umungol si Andrew na parang halimaw. Tumatahip na rin ang kanyang dibdib na parang umangat sa leeg at hindi siya makapagsalita. Unti-unti na ring namumuo ang pawis sa sentido niya at nanginginig ang mga kamay.

Mabilis ang naging galaw ni Andrew. Agad itong lumapit sa kanya. Kinakabahan naman si Carla na napahawak sa mga solidong bagay habang ang mga mata ay nanghahagilap ng puwedeng ipanglaban sa asawa!

Mula sa kanilang paminggalan ay nahagip ng mga mata niya ang kanilang kutsilyo. Kaya habang papalapit sa kanya si Andrew ay dali-dali niya iyong kinuha. Nang akmang kakagatin na siya nito'y mabilis niyang isinaksak ang kutsilyo sa tiyan ng asawa. Umungol si Andrew nang malakas at dilat na dilat ang mga matang tumitig sa kanya.

"P-patawad, A-Andrew," naiiyak niyang paumanhin at napaatras dito. Nanginginig ang buong katawan niya sa nagawa.

Natauhan siya sa kanyang ginawa kung kaya't nilapitan niya ito upang tingnan ang kalagayan ni Andrew. Akmang hahawakan na ni Carla ito sa mga balikat nang bigla siya nitong kinalmot dahilan upang mahati ang kaliwang pisngi niya!

Napahiyaw si Carla sa sakit at agad na hinawakan ang nasaktang pisngi. Sumirit doon ang kanyang dugo na ikinatakot niya. "A-

Andrew, n-nagmamakaawa ako. T-tumigil ka na. Ako `to... ako ang asawa mo," nahihirapang wika niya habang sapo ang duguang pisngi.

Hindi nagsalita si Andrew na parang hindi siya naiintindihan. Bagkus ay bigla itong natumba at nagngingisay-ngisay ulit. Gumapang ito nang pabaligtad papalapit sa kanya kung kaya't agad siyang nahintakutan at mabilis na nagtatakbo papalabas ng kanilang bahay.

"Tulong! Tulong! Ang asawa ko!" umiiyak na sigaw niya habang humihingi ng tulong sa bawat taong nalalapitan niya.

"Carla! Ano'ng nangyari sa pisngi mo?" tanong ni Mang Pedring, ang kapitan ng Kerubola, nang hingan niya ito ng tulong. Kasalukuyan itong may dala-dalang Chinese red paper na alam niyang mga pera ang laman. Perang ayuda para sa lahat ng nagpa-Pasko sa Kerubola.

"I-iyong a-asawa k—" nahihirapang wika niya at biglang nawalan ng malay.

"Mga tanod! Dalhin ninyo muna si Carla sa evacuation center! Kayo namang natitira, samahan ninyo akong puntahan ang bahay nila Andrew," utos ng kapitan.

Agad namang tumalima ang mga tanod at dinala nila si Carla. Ang iba nama'y sumugod sa bahay nila Andrew.

Bahagyang napaatras ang kapitan at ang mga tanod nang makita ang kakaibang anyo ni Andrew. Mabilis itong gumagapang nang pabaligtad at nang makalapit ito sa kanila ay awtomatiko itong tumayo at kinagat sa leeg ang isa sa mga tanod!

Nagngingisay-ngisay naman ang tanod habang sumisigaw sa talim ng ngipin ni Andrew! Kasabay n'on ang pagkahiwalay ng balat ng tanod at pagsirit ng dugo sa leeg!

Nanlaban ang ibang mga tanod ngunit hindi nila napantayan ang pambihirang lakas ni Andrew. Kinagat din sila ni Andrew sa leeg at nginasab ang mga katawan!

Wala itong awang winasak ang katawan ng mga biktima! Bali ang mga buto at labas ang mga lamang-loob! Ngunit nakapagtatakang muling nabuhay ang mga tanod imbes na mamatay ang mga ito. Naging iba rin ang anyo ng mga tanod pati ang kapitan.

Naging paralisado rin ang mga galaw nito hanggang sa pabaligtad na ring gumapang at sinugod ang mga tao sa buong lugar ng Kerubola.

Mula kay Andrew, sa mga tanod at sa kapitan ng baryo ay dumami ang mga naging biktima at tila ba'y naging mga zombies.

Sa bawat nabibiktima ng mga zombies ay nagiging ganoon din ang mga biktima. Parang isang virus lang na kumalat sa buong Kerubola ang nangyari kay Andrew na ngayon ay nararanasan na rin ng lahat ng tao.

Naroong kinakain ng mga zombies ang bawat taong tumatakbo o ang mga naroon sa silid ng bahay. Wala itong pinipiling lugar at tao.

Ang kaninang tahimik na umaga'y napuno ng sigawan ng mga tao at nag-almusal ng dugo at laman na dumanak pa sa bawat paligid ng Kerubola. Ang dapat na masayang regalo nila sa Pasko ay napalitan ng madugong okasyon. At ang rason kung bakit iyon nangyayari ay hindi pa alam ng taga-Kerubola.

MAY mga nakaligtas sa nangyaring kaganapan kaninang umaga na ngayo'y walang imik at humingi ng tulong kay Dr. Xethelmo na siyang doktor nang nasabing bayan. Isa si Carla sa humingi ng tulong dito.

"Dok, ano po bang nangyayari!? Bakit parang nagiging bayolente sila at sa tuwing nakakakagat sila ng tao ay kumakalat ang sakit at nagiging kauri nila ito?" tanong ni Carla na noo'y gulong-gulo pa rin sa mga nangyayari. May benda na rin ang pisngi nito na ginamot ng doktor.

"Saan ba ito nanggaling na sakit na kumakalat?" si Dr. Xethelmo.

Hindi sumagot ang ibang kasamahan ni Carla na nakaligtas at parang walang balak ang mga itong magsalita dahil parang may kakaibang kinikilos ang mga ito. Namumutla ang mga ito habang may mga hawak na bote ng medesina.

Hindi iyon binigyang pansin ni Carla. "Dok, hindi po saan kundi sino. Nagsimula po iyon sa asawa kong si Andrew," nahihintakutang sagot ni Carla.

Ikinuwento ni Carla sa doktor ang naranasan niya kaninang umaga. Kung paanong nagkaroon ng pambihirang lakas si Andrew. Kung paano nag-iba ang anyo nito at namula ang mga mata. Kung paano ito nagkaroon ng malakas na puwersa at paano kumalat ang sakit na nangyayari kay Andrew sa ibang tao.

"Nagkakaroon ng pambihirang lakas kamo at namumula ang mga mata?" tanong ni Dr. Xethelmo. Tumango lang si Carla.

"Siguro ay isang virus iyan na nakuha ni Andrew at kumalat na lang," usal ng doktor.

"Imposible iyon, dok," wika ni Carla. "Hindi naman siguro iyon delikadong sakit dahil hirap lang naman siyang makaihi. At isa pa, bakit ngayong Pasko pa?"

"Okay! Okay! I understand. Kumalma ka Carla. Kung ako sa `yo umupo ka na lang diyan at inumin mo itong gamot upang maghilom ang sugat mo sa pisngi."

Hindi naman nagdalawang-isip si Carla at ininom iyon hanggang sa biglang dumilim ang paningin niya.

Gumuhit ang makahulugang ngisi kay Dr. Xethelmo at kapagkuwa'y tumawa ng nakaloloko. Hinila niya si Carla at binuksan ang pinto ng evacuation center. Pinindot niya ang red button kung saan anuman ang naiisip niyang iutos sa mga zombies ay komukonekta iyon sa pagpindot niya ng red button.

Ang red button na iyon ay nakakonekta sa microchip na nakahalo sa medesinang gawa sa halaman ng Datura ni Santa Claus na ipinainom niya kay Andrew.

Sinuman ang makainom no'n ay magkakaroon ng pambihirang lakas dahil ang epekto ng Datura na iyon ay nagdudulot ng sakit psychosis sa biktima. Regalong papatay sa lahat nang makatikim nito!

At dahil ginamit ni Dr. Xethelmo ang ritwal niya bilang pagano sa masamang intensiyon, ang psychosis na naidulot ng Datura ay mas naging delikado. Nagmistula iyong virus na kumalat sa katawan ng biktima at sinuman ang mabibiktima nito ay maging katulad na rin nito.

Iyon ang nais gawing misyon ni Dr. Xethelmo. Ang gumawa ng zombie gamit ang sakit na iyon na karaniwang nakukuha sa Datura sa pamamagitan ng eksperimento niya at paggawa ng ritwal sa tuwing sasapit ang Pasko. Mga regalong zombies ng diyosa na si Santa Claus.

Rason ng doktor, kapag naging zombie na ang lahat ng tao'y magiging sunod-sunuran na ito sa kanya at kilalanin siya nito bilang pinuno nila. Mula sa kanyang paniniwala sa mga sinasamba niya ay magiging ganap na rin siyang diyos.

Napangiti na lang ang doktor sa tagumpay niyang eksperimento habang hila-hila pa rin si Carla.

Samantala...

Nang mabuksan ang pinto ng evacuation center ay roon pumasok ang napakaraming zombies at sinugod ang ibang taong nakaligtas kaninang umaga. Agad na nag-agawan ang mga ito sa pobreng katawan ng mga biktima. Imbes na mga handa nila sa Pasko ang kanilang kakainin, mga kapwa kababaryo nila ang naging handa nila.

Mabuti na lang at umepekto rito ang pinainom ng doktor na pampahina ng katawan at hindi pagsasalita na kung tawagin ay Kesubal.

Iginapos ni Dr. Xethelmo si Carla sa isang poste at hinintay ito hanggang sa magising.

"MANLOLOKO ka! Ang sabi mo ay mapapagaling mo ang asawa kong si Andrew pero pinatay mo siya! Pinatay mo ang lahat ng tao dito sa Kerubola! Mamatay ka na sana!" nanggagalaiting wika ni Carla habang nakagapos sa poste.

"Pasalamat ka at pampatulog lang ang pinainom ko sa 'yo! Kanina ka pa sana naging isa sa kanila! Pasalamat ka kasi itinira ngayong Pasko," sigaw ni Dr. Xethelmo nang ikuwento niya rito ang sakit na nabuo niya at kung bakit nabuo ang eksperimentong iyon.

Ngumisi lamang si Dr. Xethelmo. Kapagkuwa'y kanyang tinitigan ang napakaraming zombies sa harapan niya. Inutusan niya ang ilan sa mga ito na sugurin ang babae.

Mula naman sa kabilang kalye ng Kerubola ay kitang-kita niya kung paano atakihin ang babaeng iyon na kasalukuyang nakagapos sa isang poste na aandap-andap na ang ilaw. Ang leeg nito'y agad na kinagat ng isang lalaking zombie habang ang iba nama'y nginasab ang pobreng katawan nito.

"Aaahhhhh!!!"

Tila musika sa pandinig ng doktor ang sigaw ng babae na nahihirapan. Ilang sandali lang ay may pinindot itong maliit na red button at awtomatikong sumunod sa kanya ang mga zombies maging ang babae kanina na unti-unti na ring naging kauri ng mga nilalang papunta sa ibang lugar na nagpa-Pasko.

Ingat lang at baka ang bayan na ninyo ang lusubin nila...

WAKAS

Ang lihim ng mutya at anting-anting

SA NAPAKALAWAK na sementeryo ng Iligan, mayroong kuwento. Kuwentong gugulo at babaligtarin ang isipan n'yo.

May isang matanda ang uugod na naglalakad sa sementeryong 'yon. Kulay pula ang mahaba niyang buhok. Gayundin ang kulay ng mahahaba niyang kuko. May hikaw siya sa bandang ilong, pula ang labi pati ang mga ngipin.

Bitbit ng matanda ang apat na pulang kandila. Sa kailaliman ng gabi, tanging huni ng panggabing insekto, mabining hangin, at mga yabag niya ang maririnig. Ang liwanag ng buwan ang ilaw upang matanglawan niya ang bawat nitso o libingan.

Nang matapat siya sa isang nitso, itinirik niya ang isang kandila roon. Nang magawa'y lumakad ulit siya. Nang matapat muli sa isang puntod, itinirik niya muli ang isang kandila. Gayundin ang kanyang ginawa sa natitirang dalawang kandila sa mga nitsong matatapatan niya.

Naitirik din sa wakas ang apat na pulang kandila.

Itinaas ng matanda ang dalawang kamay nito sa bilog na buwan na parang nagpupugay. Umusal ito ng orasyon habang hawak-hawak ang isang anting-anting. Hanggang sa may lumabas na puting usok sa bibig nito.

"Mabubuhi ka utro! Mabubuhi ka utro! Mabubuhi ka utro!"

Nang masabi ang mga kataga, lumipad ang puting usok. Nang matapat iyon sa mga kandilang nakatirik ay nagkaroon iyon ng apoy. Sumindi ito ng kusa.

At doon magsisimula ang malagim na kuwento...

"NAKATATAKOT naman ang kuwento mo, Kuya Marvin," wika ni Binibini, napayakap sa sarili. "Totoo ba talaga ang sumpa tuwing sasapit ang Undas?"

"Oo, bunso. Usap-usapan 'yan noon pa man. Tuwing gabi ng Undas, may gumagalang matandang babaeng pula ang buhok sa sementeryo na ito. May dala-dala siyang apat na pulang kandila," paliwanag ni Marvin. Ngumisi ito.

Sumabat sa kanila si Christian. Naroon sila sa sementeryo ng Iligan. Binisita nila ang puntod ng kanilang kaibigan. Si Paraluman.

Nakaupo sila sa isang puntod. Nag-usap-usap lang hanggang sa mapunta ang usapan nila sa kuwento ng matandang gumagala tuwing gabi ng Undas.

"Kung nagtataka ka sa apat na pulang kandila, ganito 'yon." Bumuntong-hininga ito. "Nagre-representa ang apat na kandila sa apat na kaluluwa. Oras na gawin ng matandang babae ang ritwal nito tuwing gabi ng Undas, may apat na kaluluwang gagala sa sementeryong ito, sasanib sila sa mga makapangyarihang kaluluwa at oras na mangyari iyon, may isang lihim na mabubunyag na magiging rason ng kamatayan," paliwanag naman ni Christian.

"Eeehhh! Huwag ka namang manakot, Kuya Christian!" Tinampal niya ng mahina sa dibdib ang lalaki.

"Hindi ako nananakot, bunso. Totoo ang sinasabi ko."

Tuluyan nang natakot si Binibini kaya yumakap siya sa braso ni Marvin.

"P-pero, a-ano ba ang dahilan niya para g-gawin ang ritwal?" wika niya, natatakot.

"Hindi namin puwedeng sabihin, bunso. Kaya dapat mag-ingat ka." Si Marvin.

Napansin ni Binibini na pagabi na kaya tumayo siya. Inayos niya ang nakasalapid na buhok at tumingin sa dalawang kuya niya.

"Alis na tayo rito mga mahal kong kuya. Umuwi na tayo sa bahay. Halos dalawang Linggo na rin kasi kayong nawawala, eh. Nag-aalala na sa inyo si Nanay," wika niya.

Tumayo rin si Marvin. "Wala ka na bang balak pakinggan ang kuwento ng matandang babae, bunso?"

Sinungitan niya ito. "Wala na 'no! Baka mamaya magkatotoo pa ang kuwento at makakita ako ng ligaw na kaluluwa," aniya.

Nagpasya na nga silang umuwi. Subalit habang tinatahak nila ang daan ay napansin niyang parang naliligaw na sila. Para bang humaba ang daanan at hindi nila makita ang main road.

Unti-unti nang sinaniban ng takot si Binibini sa katawan dahil gumagabi na. Naalala niya tuloy ang kuwento tungkol sa matanda kaya gano'n na lang siya kabahan.

"K-kuya, parang na-naliligaw tayo! Parang hindi ito ang daanan papuntang—"

Natigil siya sa pagsasalita dahil pagtalikod niya ay wala na roon ang mga kuya niya. Bigla itong naglaho. Naguluhan siya.

Tiningnan niya ang buong paligid. Subalit wala ang mga kuya niya. Kinabahan siya't nag-init ang pisngi. Namamawis na rin ang noo niya.

"K-kuya naman, eh! Huwag naman kayong magbiro. L-lumabas na kayo! Natatakot na ako!"

Bumalik siya sa nilakaran kanina. Hinanap niya ang dalawang kapatid. Subalit walang boses ang tumugon sa kanya.

Tinawag niya ulit ang pangalan ng mga kuya. Pero walang tumugon. Doon na siya nakaramdam ng laksa-laksang kilabot sa katawan.

"K-kuya..." nag-aalalang aniya.

Bumalot na ang kadiliman sa sementeryo pero nakikita pa rin naman ang paligid sa tulong ng liwanag ng buwan.

Hindi pa rin mahanap ni Binibini ang mga kuya niya. Naliligaw na rin siya. Nilibot niya ang sementeryo. Marahil pinagti-trip-an lang siya ng dalawa.

Hanggang sa makarinig siya ng kahol ng aso sa harapan niya. Muntik pa siyang matumba sa takot.

Kumahol nang kumahol ang isang matabang aso sa kanya at bigla itong umalis. Hindi niya alam kung saan galing ito.

Out of curiousity, sinundan niya ang aso. Tumakbo siya. Tumigil sila sa isang wasak na nitso. Nagulat pa si Binibini dahil may nakalabas na kabaong roon. Parang may sumira sa nitso at inilabas ang kabaong.

Kinabahan si Binibini sapagkat posibleng may bangkay roon. Naalala niya tuloy ang kuwento ng mga kuya tungkol sa mga ligaw na kaluluwa.

Umatras siya sa takot. Marahil ay nangyayari na ang sumpa. Marahil totoo nga ang kuwento.

At hindi nga nagkamali si Binibini.

Halos panlakihan siya ng mga mata sa gulat nang makita ang isang taong lumabas mula sa kabaong! Lumutang ito at humarap sa kanya.

Pinangatugan siya ng tuhod. Ang suot ng patay ay puting Barong Tagalog. Mayroon ding isang bagay sa leeg nito na kumikinang ng kulay pula.

Napaatras si Binibini. Binalak tumakbo. Pero hindi pa siya nakatatlong hakbang, bigla na lang siyang lumutang sa ere! Napasigaw siya.

"Hindi ka na sana pumunta rito, babae!" sigaw ng bangkay. Alam niyang kinokontrol siya nito.

"A-anong ibig n'yong sabihin!?" kinakabahan niyang sabi.

"Nanganganib ang buhay mo dahil sa ritwal. Sana hindi siya magtagumpay!"

"A-ano pong i-ibig n'yong s-sabihin?" uutal niyang turan. "Sino pong siya? S-sino po kayo?"

"Ako si Lolo Brando. Ang nagmamay-ari ng mutya ng tupa. Huwag kang matakot sa akin dahil sa ganito ang hitsura ko. Pinaglalaruan niya lang tayo! Isa itong ilusyon!"

Nakahinga nang maayos si Binibini nang makababa siya. Lumapit sa kanya ang matandang nagpakilalang si Lolo Brando. Nabawasan ang kanyang takot hinggil sa sinabi nito subalit nagtataka pa rin siya.

"Naguguluhan po ako, lolo. Ano'ng ilusyon ang tinutukoy n'yo? Sinong siya?"

Hindi siya sinagot ng matanda dahil hinawakan nito ang isang bagay sa leeg. Gumuhit sa mukha nito ang pag-aalala.

"Ano po'ng problema?"

"Tara na! Marahil ay nagsisimula na ang lagim!"

"Lagim? Ang gulo! Teka po! Ano pong—"

Bigla siyang hinila ni Lolo Brando. Lumutang sila sa ere at biglang pumasok sa kabaong. Sumara ang takip niyon. Dumilim ang lahat kay Binibini.

NANG magmulat si Binibini ng mga mata ay nasa harapan na sila ng isang malaking bahay na umaapoy. Sa tabi niya ay naroon si Lolo Brando, nakaguhit dito ang hindi maipintang mukha. Parang galit.

"Paano po tayo napunta rito, lolo? Nasaan na 'yong sementeryo?"

Parang nais sumabog ng utak niya sa dami ng katanungan.

"Napunta tayo rito dahil sa mutyang ito." Itinuro nito ang isang bagay sa leeg nito. "Isa itong mutya na piling tao lamang ang nakatatanggap. Hindi na nito kailangan ng orasyon pa para gumana. Maaari ka nitong iligtas sa anumang kapahamakan. Napakalakas nito na kaya nating mapunta sa ibang lugar na nais nating puntahan. At may iba pa itong kakayahan," paliwanag nito.

"Kung ganoon po, bakit tayo napunta rito? Alam mo ba kung nasaan ang mga kuya ko?" aniya.

Mukhang nagulat si Lolo Brando sa sinabi niya. Gumuhit kasi rito ang pagtataka.

"Wala ka bang alam sa nangyari sa mga kuya mo?" anito.

Naguluhan man ay sumagot siya. "W-wala po," uutal niyang wika. Para kasing may mali.

At totoo ang hinuha niya dahil nagulat si Binibini sa sunod na sinabi ni Lolo Brando.

"Patay na ang mga kuya mo! Ginawa rin silang alay niya. Narito tayo upang kalabanin si Lolo Vlad. Isa ring may-ari ng mutya ng buwaya. Kailangan natin siyang patayin para makaligtas ka!"

"Ano? B-bakit?"

"Dahil hindi ka nararapat sa ilusyong ito. Nanganganib ka kapag hindi natin siya labanan."

"Pero natatakot na ako, Lolo Brando. Ang mga kuya ko..." Humagulgol siya.

Hinawakan siya ng matanda sa pisngi niya. "Malalaman mo rin ang lahat. Magtiwala ka sa akin. Ililigtas kita."

Napatango si Binibini kahit hindi niya alam ang mga nangyayari. Hinalikan ni Lolo Brando ang mutya nito bago nilusob ang natutupok na bahay. Sinabihan siya nitong magtago muna.

Lumapit si Lolo Brando sa bahay. "Lumabas ka na riyan, Vlad! Itigil mo na ang kasamaan mo! Hindi ka nararapat sa mutya na iyan dahil ginagamit mo siya sa kasamaan," sigaw ni Lolo Brando.

Biglang yumanig ang paligid nang makarinig sila ng halakhak mula sa kung sino. Pero tumigil din iyon.

Nagulat si Binibini nang makita ang isang matanda na may mapupulang mga mata, may sungay ito, at pula ang balat. Parang demonyo. Tulad ni Lolo Brando, may mutya rin si Lolo Vlad.

"Sa tingin mo ay papayag ako sa nais mo, mahinang Brando! Matagal akong mahimbing na natulog. Dahil sa babaeng kasama mo ay nagpapasalamat ako at muli akong nagising. Muli ko na namang bubusugin ang may-ari ng mutya na ito para tuluyan akong mabuhay at mawala sa ilusyong ito!" wika ng lalaki, nagdo-doble ang boses.

Lumutang din sa ere si Lolo Brando. Itinaas nito ang mutya at nakapagtatakang nawala ang apoy sa abandonadong bahay.

Akmang susugod si Lolo Brando nang humalakhak si Lolo Vlad. Itinaas din nito ang mutya hanggang sa mula sa nasunog na bahay ay umangat sa ere ang iilang mga bangkay na puro sunog.

"Akala mo ay maililigtas mo sila, Brando?" Tumawa ito. "Wala ka pa ring pinagbago. Mahina ka pa rin. Hindi mo na sila maililigtas dahil naialay ko na mga kaluluwa nila sa aking mutya!" Humalakhak muli si Lolo Vlad.

"Napakasama mo talaga! Itigil mo na 'to habang nagtitimpi pa ako, aking kapatid!" sigaw ni Brando.

Nagulat si Binibini dahil kapatid pala ni Lolo Brando si Lolo Vlad na ginagamit ang mutya sa kasamaan.

"Titigil ako kapag inalay mo sa akin ang babaeng kasama mo! Siya na lang ang kukumpleto upang tuluyan akong mabuhay at makasama si Garandula."

"Puwes! Hindi ako papayag sa gusto mo!"

Sumugod si Lolo Brando sa kapatid. Naglabanan ang dalawang panig. Pareho silang malalakas. Parehong lumalaban at walang nagpapatalo. Nakaangat pa rin sila sa ere habang naroon pa rin ang mga bangkay na nakalutang. Binabato si Lolo Brando ng mga bangkay ng kapatid pero naiilagan niya ito. Hanggang sa itaas ni Lolo Brando ang mutya, umilaw ito ng pula. Gayundin ang mutya ni Lolo Vlad, umilaw rin ang mutya nito ng berde. Sinugod nila ang isa't isa. Lumilindol na ang buong paligid pero patuloy pa rin silang naglalaban. Hanggang sa natumba si Lolo Vlad sa lupa at biglang nasunog ang katawan nito. Natumba rin sa lupa si Lolo Brando.

Nag-aalalang nilapitan siya ni Binibini. Umiiyak ito. Ibinigay ni Lolo Brando sa kanya ang mutya nito at doon ay sinabi nito sa kanya ang lahat ng nangyayari.

SAMANTALA sa riyalidad ay tinitingnan ni Garandula—ang matandang babaeng nagsagawa ng ritwal—ang apat na nakasinding kandila. Hinihintay niya kung alin ang matutunaw.

Hanggang sa napasigaw si Garandula sa sakit. Para bang pinapatay siya ng anting-anting niya sa higpit at init. At isa lang ang dahilan no'n. Nabigo siya. Natalo si Vlad sa ritwal at ilusyong ginawa niya. Unti-unting naglaho si Garandula sa sementeryo dahil sinusunog siya ng suot-suot na anting-anting. Nang maging abo ang matanda ay 'saka naman lumitaw ang katawan ni Binibini sa riyalidad sa mismong sementeryo.

Napansin ni Binibini na isa lang sa apat na kandila ang nakasindi. At alam niyang siya ang kandilang iyon. Nakaligtas siya.

Alam na ni Binibini ang lahat. Kinuwento sa kanya ni Lolo Brando ang lihim ng anting-anting ni Garandula at mga mutya ng magkapatid. Naging alay pala siya ni Garandula upang isagawa nito ang orasyon tuwing gabi ng Undas. Alam kasi ni Garandula na si Binibini ang kukumpleto upang mabuhay si Vlad na asawa nitong namayapa na pero patuloy pa rin niyang binubuhay sa ilusyon.

Tama ang kuya niya. Nagre-representa ang apat na kandila sa apat na kaluluwa sa ilusyon ni Garandula. At ang apat na kaluluwa na iyon ay sina Christian na sumanib sa aso. Si Marvin na sumanib kay Lolo Brando, at si Paraluman na sumanib naman kay Lolo Vlad. At siya ang huling kaluluwa na huli ring kukumpleto sa muling pagkabuhay ni Vlad.

Ngayon ay nasagot na lahat ng katanungan niya. At gaya nang sinabi ni Lolo Brando sa ilusyon ay gawin niya raw ang huling bagay.

Sinunod niya ito. Hinipan ni Binibini ang huling kandila. Alam niyang tapos na rin ang kasamaan nina Garandula at Lolo Vlad.

At ang mutya na ibinigay sa kanya ni Lolo Brando ay gagamitin niya sa mabuting paraan.

WAKAS

Kung bakit namatay si mateo?

"**B**AKIT mo pinatay si Mateo?" ani Ginang Azel. "Bakit mo pinatay ang anak ko?"

Panay ang sagap ng hangin ni Markus nang marinig ang mga tanong na iyon mula sa ginang. Ang tono ng boses nito ay bahagyang mababa pero nararamdaman ng lalaki ang kinikimkim nitong galit sa kanya.

Tinitigan ni Markus ang ginang sa mga mata nito. Namumula iyon. Marahil ay hilam. Nakikinita rin ni Markus ang nagbabagang galit sa mga mata ng babae na parang nais siyang balatan ng buhay.

Subalit ang ipinagtataka ni Markus, hindi siya nito sinabunutan, pinagsasampal, o binugbog man lang sa kanyang ginawa.

Kanina ay basta na lang itong pumasok sa loob ng presinto. Inawat ito ng mga pulis baka kasi mang-amok ng away o lumikha ng gulo. Pero inunahan na ito ng babae. Wala raw itong gagawin sa kanya.

Kinatakutan iyon ni Markus ng bahagya subalit naglaho 'yon nang makita ang ginang na basta na lang umupo sa mahabang mesa. Nakaupo ito sa kabilang dulo sa harapan niya. Tinitigan siya ng ginang nang masama... nang seryoso.

Ilang beses itong huminga ng malalim bago nito naitanong ang mga tanong kanina.

Markus just keep silent. Napayuko siya dahil miski siya'y hindi rin alam ang mga nangyayari. Tinitigan niya ulit ang ginang. At marahil tama lang na ginawa ni Markus iyon.

Mrs. Azel's face is full of anger and sadness—a strange emotions. Markus also saw the impatient eyes of her as if she really wanted to know all the reasons.

Iyon na rin marahil ang cue upang magsalita siya.

"I didn't kill my babe..." hindi siguradong wika niya, bahagyang pumiyok ang bruskong boses.

Hindi niya alam kung bakit iyon ang unang lumabas sa kanyang bibig. Pero sigurado talaga siya. He didn't killed Mateo. He killed the evil impostor inside the body of Mateo.

Oo. Pinatay niya ang nagpapanggap na Mateo. Pinatay niya ang aswang na nagbabalat-kayo bilang ito.

"Bullsh*t!"

Napaigtad si Markus nang marinig niya ang biglang paghampas ni Ginang Azel sa mahabang mesa.

She looked at Markus furiously. Her fist closed tightly and Markus can see her shudder.

Ang mga pulis naman na nasa paligid nila'y mataman lang na nakabantay sa gilid ng pintuan. May matabang pulis doon na seryosong nakatitig sa kanya. May hawal-hawak itong papel. Nasa isang soundproof na silid sila. Sa investigation area.

Pero baligtad yata ang sitwasyon. Imbes na pulis ay ang mommy ni Mateo ang umuusisa sa kanya. Ang nagpapaamin sa kanya. And those police didn't do something. They were just standing there, looking at them and somehow listening to his on-going explanations.

Wala na sigurong nagawa ang mga pulis na pigilan ang ginang. Mukhang seryoso talaga ang ginang na mapaamin siya at kung pipigilan ito ng mga pulis, maaaring magkagulo. Maaaring kanina pa siya nasabunutan nito.

"P-paano mo nasabing hindi mo pinatay ang anak ko kung... kung kayo lang ni Purita ang kasama niya sa bahay mo?"

This time, alam niyang unti-unti nang inilabas ng ginang ang galit nito sa kanya. May halong pagtitimpi ang pagsigaw nito, marahil pinipigilang saktan siya.

Then she continue. "P-paano mo nasabing hindi mo siya pinatay kung fingerprints mo ang lumabas sa kutsilyo na ginamit mo sa p-pagpatay sa kanya?"

Tuluyang bumigay ang ginang. Pumalahaw ito nang malakas. Para bang rumagasa sa imahe ng ginang ang hitsura ng anak nito.

Nais namang makonsensiya ni Markus dito. Napag-isip-isip niyang marahil si Purita ang nagsumbong dito upang ipakulong siya.

Subalit naisip ni Markus, dapat nga ba talaga siyang makonsensiya kung ginawa naman niya ang tama?

Not sure. Pinatay niya ang pekeng Mateo dahil isang aswang ang pumunta sa bahay niya nang araw na 'yon. Hindi iyon si Mateo.

Pero ano nga ulit ang sinabi ng ginang? Kanya ang fingerprints sa kutsilyo sa pagkamatay ng boyfriend niya? Paano nangyari iyon?

"G-gusto kitang p-patayin ngayon, M-Markus, dahil sa ginawa mo sa anak ko. Gustong-gusto kitang b-balatan ng buhay at iparanas sa iyo ang g-ginawa mo sa anak ko," hagulgol nitong wika, tila nanghihina. "Pero bago ko gawin 'yon, I need your reasons." Pinahid nito ang mga luha, nagpatuloy. "Bakit mo nagawang patayin ng karumal-dumal ang anak ko? Bakit mo w-winakwak ang k-kaniyang tiyan at k-kinuha ang mga l-lamang-loob?" nahihirapan nitong tanong.

Parang nahihirapan itong sabihin ang nangyari kay Mateo. Alam niya na hindi nito gustong sabihin ang mga salita 'yon, pero kahit masakit, kinailangan nitong sabihin iyon para maliwanagan. At para isampal din sa kanyang pagmumukha ang nakaririmarim na ginawa niya sa kanyang nobyo—na siyang gagawin din siguro ng ginang sa kanya.

"B-bakit mo s-sinaksak sa l-leeg ang anak ko?" dugtong nito.

Somehow, napaka-unprofessional pakinggan na bulgar ang pagkakatanong ng ginang sa kanya ngayon. Considering na isa itong tinitingalang guro.

Marahil iyon siguro ang dahilan kung bakit hindi siya nito binugbog kaagad kanina nang makita siya. Theoritically, may natitira pa itong huwisyo na nagawang magtimpi sa kanya. And that is the etiquette of being a professional teacher na aalamin muna ang totoo bago mang-amok ng away.

Humanga siya ng bahagya sa ginang dahil nai-a-apply pa nito ang pagiging guro nang mga oras na 'yon. Ang paghangang iyon ay itinago niya sa pinakamalalim na parte ng kanyang katawan.

Humanga man si Markus pero natatakot din siya sapagkat totoo ngang hindi siya nito sinaktan ng pisikal. Ngunit sa mga tanong ng ginang, parang sinasampal siya nito nang paulit-ulit. Tila nais nitong tutukan siya ng baril sa ulo para lang umamin siya sa mga tanong nito. Parang nais nitong makita na bumulwak ang utak niya sa mahabang mesa. In short, gusto nitong mamatay siya.

Natahimik bigla si Markus. He shuddered. Inalala niya kung ano ba talaga ang nangyari. Kung bakit siya naroon sa presinto.

Hanggang sa napahawak si Markus sa sentido niya. Dahil do'n ay tila bumalik ang lahat ng nangyari...

AMOY ng insenso ang gumuguhit sa ilong ni Markus sa kanyang kuwarto nang magising siya. Hindi niya alam kung saan galing ang amoy. Kung sa bintana man, imposible iyon. Nakasarado kasi ang mga iyon.

Normal na gabi ang panahon. Medyo malamig ang klima. Tuloy ay suot-suot niya ang 'BGYO' na jacket. Fan kasi siya ng PPop group na 'yon.

"May demonyo sa ibaba, Markus!"

"Patayin mo siya!"

Humilab ang 'di matawarang kirot sa kanyang sentido matapos marinig ang mga boses na iyon. Panay ang sigaw ni Markus habang nakahawak sa ulo. Parang binibiyak iyon.

Kung bakit siya nahihilo ay hindi niya alam. Noong nakaraang buwan, huli niyang naramdaman iyon. Ngayon lang ulit siya dinalaw nang labis na pagkahilo.

Habang patuloy na dumadaloy ang hindi matawarang kirot sa kanyang ulo'y unti-unting nanlalabo ang kanyang mga mata.

"Bumaba ka na, Markus. May nakapasok sa bahay mo. Patayin mo siya!"

Isa pa sa pinoproblema ni Markus ay ang mga boses na hindi niya alam kung sino'ng nagmamay-ari.

"Aaaahhh! S-sir M-Mateo... ano pong g-ginagawa n'yo!?"

Nakarinig si Markus ng sigaw sa first floor ng kanilang bahay. Nang maulinigan ang pangalan ng nobyo ay naging alerto siya.

Mukhang may nangyayaring masama kay Mateo. Ang two months boyfriend niyang kamukha ni Gelo ng grupo ng BGYO. Wala sa sariling tumayo si Markus at lumabas sa kanilang pintuan.

Hindi niya alam na tuluyan nang sinakop ng hindi maipaliwanag na kirot ang kanyang ulo na pati ang utak ay naapektuhan. Ibang-iba na ang Markus na makikita habang bumababa sa kanilang pintuan.

Sa ibaba naman ay makikita si Purita, ang yaya ni Markus. Panay ang sigaw. Maputla ang mukha, parang nawalan ng kulay.

Ang luhaang mga mata ng babae ay walang patid sa pagtulo. Sapo ang bibig gamit ang nanginginig na kamay. Maririnig din ang kanyang hikbi na naging iyak nang makita niya ang amo. Bumababa ito mula sa hagdan.

Bigla ang pagkabog ng kanyang dibdib nang makita si Markus. Natatarantang tumakbo ang singkwenta anyos na yaya at nagtago sa likod ng sopa. Isiniksik ang sarili. Panay pa rin ang tulo ng luha. Panay ang dasal.

"Diosmio Santisima..." piping dasal ng babae.

Palihim niyang nilingon ang nobyo ng kanyang amo. Si Mateo.

Wasak na ang tiyan ni Mateo. Ang bibig ay duguan na pati ang damit ay namantsahan ng tumutulong dugo mula roon. Labas na ang mga lamang-loob. Ang mga kamay ay duguan na rin. Dinudukot nito ang sariling tiyan... hinalukay nito roon ang lamang-loob sabay subo sa bibig nito.

Gustong masuka ni Purita nang masaksihang kinakain ni Mateo ang sariling laman nito.

Kanina naman ay normal lamang ito. Pinapasok niya ito. Hinahanap si Markus dahil may date raw ang dalawa.

Pinaupo niya ito sa sopa. Balak sanang ipaghanda ng maiinom nang biglang napahawak ito sa sentido. Umungol. Tila nahihirapan.

Hindi alam ni Purita ang kanyang gagawin no'n kung `di ang alalayan sana si Mateo. Ngunit gano'n na lang ang kanyang gulantang nang masaksihan ang sunod na ginawa ni Mateo! Bigla nitong dinukot ang tiyan nitong may mahabang peklat.

Doon na siya nagsisisigaw hanggang sa makita niya ang kanyang amo na ikinabigla rin niya. Kilalang-kilala niya si Markus. Sa sobrang pagkakakilala niya sa bagong alaga, alam niya kung kailan matatakot sa madilim na anyo ni Markus.

Naaalala tuloy ni Purita ang sinabi ng mama ni Markus sa kanya nang magre-resign na siya no'n...

"M-ma'am, h-hindi ko na t-talaga kayang bantayan si S-sir M-Markus. H-hindi ko alam ang n-nangyayari sa k-kanya, ma'am. B-baka sa susunod ay p-patayin niya ako. T-tinawag niya akong a-aswang m-ma'am..." hindi magkadatuto na esplika niya sa ginang. Parang batang nawalan ng kendi.

Lumungkot ang mukha ng mama ni Markus. Base sa nalalaman ni Purita, may negosyo raw si Ginang Sanchez. Isang black market daw kaya palagi itong wala sa bahay nito. Kung ano man iyong black market ay hindi alam ni Purita.

"Pakiusap, Purita..." Ginagap nito ang kanyang kamay. "Magbabayad ako ng malaki bantayan mo lang ang anak ko. Hindi ko na alam kung makakahanap ako ng kapalit. For the meantime, alagaan mo muna siya, Purita. Pakiusap..."

Hindi alam ni Purita ang gagawin no'n. Nakikita niya kasi ang desperadong mukha ng ginang. Dahil likas na maawain ay wala siyang ginawa kung hindi pumayag.

Handa naman siyang umalis doon at maghanap ng ibang trabaho. Kailangan niya ng malaking pera sa pang-opera ng kanyang anak na may sakit sa puso.

Naisip din ni Purita na kung magre-resign siya, hindi gagaling ang apo niya. Isa pang problema niya'y parang bihira na lang ngayon ang kagaya niya na tanggapin sa trabaho sa edad niyang singkwenta.

Sa huli'y pumayag siya. Sa ikalawang pagkakataon titiisin muna niya ang pag-aalaga sa kakaibang anak ni Ginang Sanchez.

Ngunit ang pagtitiis niyang iyon ay hindi niya nakayanan.

Bumalik ang huwisyo ni Purita nang marinig ang yabag ng amo niya sa marmol na sahig. Ngayon niya napatunayan na hindi na mahalaga ang pera. Sapat na siguro ang nasasaksihan niya ngayon upang umalis sa bahay nila Ginang Sanchez. Ngayon niya lang din napagtanto na may kakaiba sa bahay na iyon. May kakaiba sa pamilya nila Markus.

Napayuko si Purita sa likod ng sopa, humikbi. Nanginginig ang buong katawan niya. Hindi alam ang gagawin. Gusto niyang tumakas pero nag-aalala rin siya kay Mateo.

Samantala, lumapit si Markus kay Mateo na kasalukuyang kinakain ang sariling katawan.

"Paano ka nakapasok dito!?" sigaw ni Markus sa aswang na nakapasok sa bahay nila.

Patuloy lang sa pagkain ng sariling lamang-loob si Mateo. Nginangatngat nito ang makunat na karne. Tumingin pa ito kay Markus.

"Babe, gusto mo?" Iminuwestra ni Mateo ang sariling atay nito. Duguan... may kinagatan. Nakagugulat na hindi ito namamatay kahit kulang na ang body organ nito.

"You don't have the right to call me babe! Hindi ikaw ang nobyo ko! Nasaan si Mateo?" sigaw ni Markus, nagtagis ang mga ngipin.

Sa mini-table, sa harap ng sopa, may nakita siyang kutsilyo roon. Parang ginamit sa pangtalop sa mansanas na naroon sa maliit na platito.

Kinuha ni Markus ang kutsilyo roon. Lumapit siya kay Mateo. Para bang nawala sa tamang katinuan si Markus.

Marahas niyang hinaklit ang mga braso ni Mateo na kasalukuyan pa ring nginangatngat ang sariling atay.

Parang manhid naman si Mateo. Hindi man lang nasaktan ang lalake. Patuloy lang ito sa pagngasab ng sariling karne.

Nang itinayo ni Markus si Mateo ay nahulog sa duguang sahig mula sa tiyan nito ang tira-tirang laman. Ang iilang lamang-loob ng lalaki ay lumaylay sa wakwak na tiyan. Bumubula iyon ng dugo...umaagos na parang walang hanggan.

"Pinatay niya si Mateo, Markus. Pinatay niya. Patayin mo siya. Patayin mo siya!"

Those eerie voices comint from nowhere still persuading him to do bad—making Markus' face became furious.

"I said where is, Mateo!?" nanggigigil na wika ni Markus sa aswang na kinakain ang sariling laman.

"Ano ka ba, babe. Ako ito, si Mateo..." Isinubo nito ang maliit na piraso ng atay nito, nilunok. Tumitig sa kanya nang malamlam. "Pakiusap babe, pumunta na tayo sa pamilya namin. Kabilugan ng buwan ngayon... marahil hinihintay na nila ako."

Humagikgik si Mateo. Ngumiti kapagdaka. Dumukot ulit ito ng laman sa sariling tiyan. Nginatngat. Isinubo.

"Nagsisinungaling siya, Markus. Hindi siya si Mateo. Kinakain na ng pamilya niya ang totoo mong nobyo..."

Nang marinig ulit ni Markus ang mga boses na iyon mula sa kung saan ay hindi na siya nakapagtimpi. Sinakal niya si Mateo. Mahigpit. Gigil na gigil ang bibig at kamay.

Nagkandaubo naman si Mateo ng dugo. Tumatalsik sa bibig nito ang piraso ng karne na nawalan ng hugis dahil sa pagnguya.

Gumuhit sa mukha ni Mateo ang pag-aalala. Hindi ito nasasaktan. Parang manhid ang katawan. Nagugulumihanan si Mateo kung bakit sinasakal siya ni Markus.

"Uulitin ko, nasaan si Mateo, aswang?" bawat salita ni Markus ay mariin, may halong galit. Gusto niyang balatan ang mabalahibong mukha ng aswang na sinasakal.

"A-ano b-ba a-ang n-nangyayari s-sa...'yo, M-Markus? A-ako nga a-ang nobyo mo," nahihirapang ani Mateo, may mumunting dugo na tumatalsik sa bibig. Ang mukha nito'y nawawalan na ng kulay. Maputla. Parang may taning na ang buhay.

"Hayop ka—"

Hindi na naituloy ni Markus ang sasabihin nang makarinig siya ng hagulgol sa harapan nila.

"S-sir M-Markus..." usal ng isang nilalang din sa likod ng sopa.

Lumingon si Markus at nakita rin ang isa pang aswang. Mahaba ang dila nito. Nakasusuklam ang mukha. May pangil. May balahibo ang balat.

Bumalasik ang mukha ni Markus. Tinitigan nang masama ang isa ring aswang.

"Sino ka! Sino kayo?" Napabaling ang atensiyon niya sa dalawang aswang. Tumitig ulit siya sa babaeng aswang. "May alam ka rin ba sa pagkawala ni Mateo?"

Hindi ito nakapagsalita. Nakita niya ang aswang na naaawang tinitigan ang aswang na sakal-sakal niya.

Umatras ang babaeng aswang. Mababakas sa mukha ang takot. Kapagkuwa'y hindi na nakita ni Markus ang bulto ng nilalang dahil bigla itong tumakbo papalabas ng pintuan.

Lalong namuo ang galit ni Markus. Naisip niyang may plinano ang dalawang aswang sa pagkawala ni Mateo.

Binalingan niya ng atensiyon ang aswang na sakal-sakal. Mula sa isa pang kamay ay itinaas niya ang kutsilyong hawak.

"T-eka? M-Markus, a-anong g-gagawin m-mo? P-papatayin mo...ba...ako?"

"Patayin mo na siya at sundan mo iyong nakatakas!" utos ng boses mula sa kung saan.

Tuluyan nang nawala sa katinuan si Markus dahil sa mga boses. Sinunod niya ang sinabi ng boses na naririnig niya.

Pinaghihiwa niya ang mga pisngi ng aswang. Sumirit doon ang dugo. Sinaksak niya ang dalawang mata nito hanggang sa matanggal doon ang mga eyeball. Inagusan ng masaganang dugo ang butas nitong mga mata. Inundayan niya rin ng saksak ang leeg ng nilalang. Tatlong beses na isinaksak hanggang sa matumba sa malamig at duguang marmol na sahig ang katawan ng nangpapanggap bilang si Mateo. Naroon pa sa mismong leeg nito ang nakatarak na kutsilyo.

Wala sa sariling umatras siya at tiningnan ang pintuan.

"Habulin mo ang aswang. May alam siya sa pagkawala ni Mateo..."

Sinunod niya ang boses. Tumakbo siya. Nasa bukana pa lang siya ng pinto nang biglang kumirot ang kanyang ulo.

Makalipas ang ilang sandali ay natumba si Markus. Nawalan ng malay.

NAKAAMOY si Markus ng insenso mula sa kung saan, marahil sa bukas na bintana. Dim ang ilaw ng silid pero sapat nang makita ang kabuuan ng silid. Air-conditioned din.

Patuloy pa ring pumapasok sa kanyang ilong ang amoy insenso na parang siya lang nakakaamoy. Huminga siya nang malalim at doon na sinagot ang mga tanong ni Ginang Azel sa kanya.

"...iyon ang rason kung bakit ko pinatay ang pekeng Mateo," pagtatapos niya nang maikuwento ang lahat ng nangyari.

Lalong lumakas ang hagulgol ni Ginang Azel.

"Jesus!" sapo nito ang luhaang mukha. "My son. My sick son. You really killed, Mateo..."

"I said I didn't killed Mateo. It's the voices—"

"You did!" sigaw nito, dinuro siya. "You really did!" Tumahimik ang ginang, kapagdaka'y tinitigan siya. "Pero kahit pinatay mo siya, hindi kita magagawang saktan kasi alam ko may mabigat kang rason. Gusto ko lang alamin ang nangyari. My son is sick."

Naguluhan si Markus sa mga sinasabi ni Ginang Azel. Pero bago pa siya mabaliw sa dami ng mga tanong ay lumapit sa kanila iyong matabang pulis na may hawak na papel. Inilapag nito iyon sa mesa.

Pinunasan ng ginang ang mukha. Dumaan ang ilang sandaling katahimikan. Binasag iyon ng boses ni Ginang Azel na tila kalmado na pero nalalakipan pa rin ng galit.

"Pumunta ako rito hindi para patayin ka, Markus. Well, gusto kong patayin ka kung hindi ko nalaman ang nilalaman ng papeles na iyan..." Iniurong nito ang papeles palapit sa kanya.

Naguguluhang tinitigan niya ang papeles. Pagkatapos ay tumingin sa ginang.

"You're sick, Markus."

Natigilan siya sa sinabi ng ginang, hindi nakapag-react.

"You have a Capgras Syndrome," pagpapatuloy nito.

Nang hindi niya ginalaw ang papeles ay nagsalita ulit ang ginang. Ikinuwento nito sa kanya ang tungkol sa sakit niya na Capgras Syndrome. Ito raw ay isang uri ng sakit na kapag inatake ng labis na pananakit ng ulo ang isang tao, nami-misidentify nito ang isang taong nakikita niya. Katulad ito ng mga sakit na Dementia at Alzheimer's Disease.

Halos hindi makapaniwala si Markus sa salaysay ng ginang. Binalikan niya iyong insidenteng nangyari. Doon niya napagtanto na pinatay nga niya si Mateo nang araw na iyon. Pinatay niya ang Gelo's looked-alike niyang nobyo.

Ani Gng. Azel, epekto raw iyon ng kanyang sakit kung kaya't inakala niyang mga aswang sina Mateo at Purita. Labis ang gulat niya at hindi pa rin makapaniwala.

"P-pero b-bakit k-kinain ni M-Mateo ang sarili niyang l-laman?" naguguluhang tanong niya.

"I already told you that my son is sick. You killed him while he is suffering from his sick..."

"W-what s-sick?" uutal niyang tanong.

Tila lumabas ang pagiging guro ni Ginang Azel na animo'y nagtuturo sa Science. Ayon dito, may Cotard Syndrome si Mateo. Ang sakit na ito'y isang rare neuropsychiatric na kondisyon kung saan kapag inatake rin si Mateo ng sakit na iyon, he will instantly deny the existence of his own body. Parang iniisip nito na ibang nilalang ito.

Iyon marahil iyong pagkakataong inisip nitong isa itong aswang. Isa rin itong uri ng sakit na iniisip ng pasyente na nawawalan siya ng organ sa katawan. Mas nagulat pa si Markus sa sunod na sinabi ni Ginang Azel.

"And Mateo also suffering from autocannibalism..."

"What?" This time, tuluyan nang hindi makapaniwala si Markus. "A-autocann—"

"Yes, Markus. Autocannibalism."

Ikinuwento ulit ng mommy ni Mateo na sabay na umaatake ang dalawang sakit ng nobyo niya. Oras na umatake ang Cotard Syndrome nito, sumasabay din ang autocannibalism—isang kondisyon sa mental na nagdudulot ng pagkatakam nito sa sariling katawan. Ebidensiya na roon ang mahabang peklat sa tiyan ni Mateo. Matagal na pala nitong nag-attempt na kainin ang sariling laman kung hindi lang naagapan ng ginang.

Naaagapan naman ang mga sakit na iyon sa tamang pag-iinom ng medisina at serbisyo medikal. Ang pinagsisishan lang ni Ginang Azel ay pinayagan niya ang kanyang anak na dalawin si Markus. Hindi niya alam na nagsinungaling pala si Mateo sa kanya na iniinom nito ang gamot nito.

Tumitig ang ginang sa kanya. Mariin. "Nalaman ko sa yaya Purita mo na tatlong araw mo nang hindi iniinom iyong gamot. Siya rin ang nagpakulong sa 'yo ngayon. Doon umatake ang sakit ninyong dalawa. Nakakaaawang nangyari ang insidenteng iyon noong mga panahon na pareho kayong dinalaw ng mga sakit ninyo. Hindi n'yo alam pareho na sinasaktan na ninyo ang sarili ninyo." May tumulong luha sa kaliwang mata ng ginang. "Pero mas nagagalit ako sa 'yo. Ni hindi mo man lang inalam sa nanay mo na may sakit ka. Ikaw ang may kasalanan kung bakit nangyari ito."

Gumuhit ulit sa mukha ng ginang ang hinanakit. Hanggang ngayon ay parang binuhusan si Markus sa rebelasyong nalaman.

Pero dapat nga bang parusahan o ipakulong ang isang tao kung inaatake siya ng sakit nang mga panahong nangyari ang insidenteng iyon?

Hindi alam ni Markus pero sa tingin niya ay lahat sila'y may kasalanan. Mula kay Purita, kay Ginang Azel, kay Mateo, sa mama niya, at sa kanya. Hindi niya alam kung dapat ba niyang sisihin ang sarili. Ang mahalaga sa ngayon ay naliwanagan na siya at tatanggapin na niya ang lahat ng parusa.

Muling naamoy ni Markus ang amoy ng insenso. Pumasok iyon sa ilong niya. Gumuhit ang nakaririnding sakit sa kanyang ulo.

"Aaaaaahhhh!" Napasigaw siya bigla nang malakas.

Napahigpit ang kanyang hawak sa sentido, tila binibiyak ang ulo niya sa labis na sakit. He started hearing different voices again.

"Demonyo sila, Markus!"

"Patayin mo sila. Nagpapanggap lang sila."

"Sila ang pumatay sa nobyo mo, Markus! Patayin mo sila."

Iba't ibang boses ang patuloy na naririnig niya. He keeps on shouting, trying to burst out everything.

"Tigilan n'yo ako!" sigaw ni Markus, voice echoed in the whole soundroof room. Eyes widened, makikita ang pagkalito.

Makikita naman ang gulat na mukha sa mga pulis maging sa ginang nang biglang sumigaw si Markus. Nagpalitan sila ng tingin.

Balak sanang pigilan ng mga pulis ang lalaki nang magsalita si Gng. Azel.

"Mga pulis, hawakan n'yo siya!" tarantang sigaw ng ginang, naguguluhan.

Ang kaninang galit na nararamdaman ay napalitan ng pag-aalala dahil alam niyang nahihirapan si Markus sa sitwasyon nito.

Alam ng ginang iyon dahil miski ang anak niyang si Mateo—tulad ni Markus— ay gayundin ang sitwasyon. Patuloy lang sa pagsigaw si Markus. Kumikirot pa rin sa sakit ang kanyang ulo na parang gusto ng mabiyak.

Hanggang sa hindi na niya makontrol ang sariling isip. Katulad nang insidenteng nangyari sa kanila ni Mateo, naganap din ang kaganapan na iyon ngayon.

"Mga sinungaling kayo! Kayo ang pumatay kay Mateo hindi ako!" wala sa sariling usal niya.

Hinampas niya nang malakas ang mahabang mesa! Nagitla ang mga naroroon!

Itinumba niya ang mahabang mesa. Akmang susugurin niya ang babaeng aswang sa harapan niya nang rumesponde ang iba pang mga aswang— tumutulo ang laway ng mga ito, mahahaba ang mga dila. May dala-dala itong mga baril.

Hinawakan siya nang mahigpit sa mga kamay ng mga aswang. Pinosasan.

"Bitiwan n'yo ako! Mga hayop kayo! Saan n'yo dinala si Mateo!"

Patuloy lang siya sa pagsigaw. Sa pagpumiglas.

Ni hindi alam ng mga naroroon na may isang itim na mga anino ang nakatingin sa labas ng bintana ng silid. Dito mismo nanggagaling ang amoy ng insenso na kanina pa naaamoy ni Markus. Pati na rin ang bumubulong na mga boses sa lalaki.

Kung sino't ano sila, wala pang nakakaalam.

WAKAS

Sino si drew?

TUWANG-TUWA si Olga habang nilalasap niya ang tumutulong dugo sa kutsilyo. Sa paanan niya'y naroon ang pugot na ulo at ang pinugutang katawan na naliligo ng sarili nitong dugo.

Nakangisi ang labing itinaas niya ang napugot na ulo ng lalaki. Ibinuka niya ang bibig ng biktima. Pagkatapos ay kanyang hinawakan ang pinutol na bayag nito. Isinubo niya iyon sa mismong bibig ng pugot na ulo. Napahagikgik na hinahalikan niya pa ang ari sa bibig nito.

"Magaling, Olga! Isang biktima na lang at tagumpay ka na."

Narinig ni Olga ang boses na iyon mula sa kung saan.

GABI. Isang nakabibinging katahimikan ang bumalot sa kalye ng Brgy. San Francisco. Maririnig ang mga insektong humuhuni tuwing gabi. Mula sa isang puno ng Acasia ay makikita si Olga na nakatago roon. Kanina pa siya kating-kating pumatay. Kanina pa rin siya sa pagmamasid-masid sa kalye. Nag-aabang ng biktimang dadaan.

Malilikot ang kanyang mga mata. Panay ang paghinga niya ng malalim at pagsipat sa relong pambisig. Mag-a-alas diyes na ng gabi ayon sa relo.

"Sh*t! Kanina pa ako rito, Drew, pero wala pang dumaraan!" inis niyang wika sabay pikit nang mariin. "Kailangan ko pa bang pumatay? Tama naman siguro ang apat na tao, `di ba?" dagdag niya.

Kalimitan kasi ay maaga niyang natatapos ang pagpatay ng mga biktima niya. Sa bawat gabing nakakatiyempo siyang pumatay ay parang wala na lang sa kanya iyon. Wala na iyong pag-aalinlangan niyang makakita ng nalapnos na utak, putol-putol na katawan, o maging ang wasak na tiyan at `kita na ang lamang-loob.

Lahat ng iyon ay nagawa niya dahil kay Drew.

"Gusto mo akong makita, `di ba?"

Mula sa kung saang parte ng kakahuyan ay narinig niya ang boses na iyon. Boses na para bang hinihipnotismo siya't inuutusan.

"Oo naman, Drew," aniya.

Tila baliw na napalingon-lingon sa paligid si Olga kahit ang totoo'y wala siyang makita ni anino ni Drew.

"Bakit ko pa ba kasi kailangang pumatay?" naguguluhang wika niya.

"Para sa pag-ibig..." anas ng boses na iyon. Tila ba totoong naroon lang si Drew sa paligid dahil nararamdaman ni Olga ang hininga nito sa kanyang leeg. "Kung gusto mo akong makita... kakasa ka para sa larangan ng pag-ibig. Ako ang matagal mo nang nais makapiling, di ba? Ako ang lalaking itinadhana sa yo. Gano'n din naman ako, Olga. Gusto rin kitang makapiling. Ngunit kailangan nating malagpasan ang pagsubok na ito. Ngayon, papatay ka ba para sa pagmamahalan nating dalawa?"

Ang boses ay parang nang-aakit. Tila ba isang musika na nakaaadik pakinggan at nakapanghihipnotismo. Walang magawa si Olga kung hindi sundin ang lalaki.

Matagal ng laman ng kanyang panaginip si Drew; ng kanyang imahinasyon. Hanggang sa nagparamdam si Drew sa kanya. Maaari daw silang magkita kung gagawin niya ang ritwal na sinasabi ni Drew. Ang pumatay ng limang tao.

Kaya't heto. Pumapatay na siya. Sinunod niya si Drew.

Hindi na sumagot pa si Olga nang mula sa malayo ay may nakita siyang sasakyan na umiilaw ang headlight.

Nabuhayan ng lakas si Olga. Mula sa kanyang bag na dala'y hinugot niya roon ang barbed wire na ini-roll niya sa kahon.

Habang papalapit ang kotse ng susunod niyang biktima'y binilisan niya ang kanyang kilos. Tinalunton niya ang kalsada. Mabilis pa sa alas-kuwatrong inihanay sa magkabilang dulo ang barbed wire. Nang magawa'y bumalik siya sa dating puwesto't inabangan ang paparating na kotse na para bang walang pakialam sa tahimik na paligid dahil mabilis ang pagpapaandar ng may-ari niyon.

Hindi nagkamali si Olga. Mabilis na humarurot ang kotse sa kalsada hanggang sa madaganan ng gulong niyon ang barbed wire na kanyang patibong.

Nagpatuloy lang sa pagpapatakbo ang driver ng kotse ngunit ilang sandali lang ay tumigil iyon sa pag-andar. Narinig pa ni Olga ang pagputok ng gulong ng kotse. Senyales na na-flat-an ito.

"Gotcha!" nakangisi niyang usal at palihim na tiningnan ang sasakyan sa kalsada na hindi malayo sa kinatataguan niya.

Samantala...

"F*ck! Kung minamalas ka nga naman! Argh!" mura ng drayber sa loob ng kotse.

Nagpupuyos sa galit ang dibdib na lumabas ito ng kotse. Naiinis din ang lalaki dahil nawala ang ilaw ng headlight. Naroon pa naman ito sa gitna ng kalsadang hindi nito matukoy kung saang banda iyon. Galing kasi itong Manila at pupunta sa isang baryo para sana hanapin ang kapatid nitong nawawala.

Sinipa ng drayber ang gulong sa labis na inis. Habang inilalabas ng lalaki sa compartment ang extra na gulong at tools ay roon naman kumilos si Olga.

Lumabas siya sa pinagtataguan. Tahimik niyang tinahak ang kalsada't kinuha ang barbed wire doon.

"Gusto kong patayin mo siya ng karumal-dumal." Drew's voice echoed again. Parang sarado naman ang normal na pag-iisip ni Olga at sinunod ang utos ng boses.

Lumapit nga si Olga sa lalaking abala sa pag-aayos ng na-flat na gulong sa tulong ng flashlight sa cellphone.

Panay mura ang lalaki habang nag-aayos. Parang baliw naman si Olga na hinayaan ang sariling tingnan ang komplikadong ayos ng lalaki.

Ilang sandali lang ay walang awa si Olga na ipinalibot ang barbed wire sa leeg nito at marahas na hinila ng babae ang lalaki papalayo sa inaayos na gulong.

Parang binalatan naman ng buhay ang lalaki. Umuubo ito ng dugo habang nagpupumiglas sa matalas na bagay sa leeg nito. Nahihirapan itong huminga. Dilat na dilat ang mata habang sumisigaw ng pagmamakaawa sa taong humihila rito.

Nagkabutas-butas ang leeg ng lalaki. Sumirit doon ang masaganang dugo nito.

Samantala, mas idiniin pa ni Olga ang barbed wire sa leeg ng lalaki. Ubod-lakas niyang hinila nang marahas ang lalaki. Nagngingisay-ngisay ang lalaki na parang manok. Nasagkaan ito ng hininga habang patuloy itong hinihila ni Olga papalapit sa puno ng Acasia. Patay na ang lalaki nang makarating si Olga sa puno.

"Pugutan mo siya ng ulo," utos pa ni Drew.

So, she did. Olga mercilessly pulled the sharp knife in her jacket. Walang awa niyang sinaksak ang lasog-lasog na leeg ng lalaki. Blood showered all over her face and she can taste the salty blood as if it's gives her energy to continue doing it. Hanggang sa mapugot ang ulo ng lalaki.

Hindi pa siya nakuntento. Winakwak ni Olga ang tiyan ng lalaki't walang-awang kinuha roon ang lamang-loob nito. Inipon niya ang dugo ng biktima't isinilid sa galon na naroon din sa kanyang malaking bag.

Tulad ng dati, malinis na iniwan ni Olga ang kalsada. Ang mga chop-chop na katawan ng bangkay ay isinilid niya sa garbage bag at itinapon sa natagpuang ilog. Ang dugong nakuha naman niya'y gagamitin upang ipinta ang imahe ni Drew.

NAPABALIKWAS ng bangon si Olga nang makarinig ng katok. Labag man sa loob ay inalam niya kung sino ang kumakatok. Nang mabuksan niya ang kanilang pintuan, isang tahimik na paligid ang kanyang nakita. Tanging ang mga panggabing ibon o insekto ang nagbibigay musika sa gabing iyon.

Inilibot ni Olga ang atensiyon sa buong paligid ngunit ni anino ng maaaring kumatok sa kanilang pintuan ay wala.

"Nagmamalikmata lang siguro ako," aniya.

Isinara niya ang pinto at nakangiting lumapit sa litratong nasa dingding malapit sa sala nila.

"Alam mo bang bago ako magising kanina— nang narinig ko ang mga katok—napanaginipan kita, Drew? Sabi mo, magpapakita ka na sa `kin. Nagawa ko na ang pinapagawa mo, mahal. Matagal na kitang ninanais makita. Palagi kang nasa isip ko. Hindi ko alam kung ano'ng mayroon ka. Sana magpakita ka na," nababaliw niyang turan.

Marahan niyang hinawakan ang matangos na ilong ni Drew sa litrato't pinakiramdaman niya iyon. Pagkatapos ay inilandas niya ang hintuturo sa makapal na labi ng lalaki sa litratong ipininta niya gamit ang dugo ng kanyang mga pinatay. Akmang ilalapit ni Olga ang labi sa lalaki nang biglang...

"Tok! Tok! Tok!"

Napaigtad si Olga. Doon na siya nakaramdam ng kilabot. Marahan niyang nilapitan ulit ang pintuan. Huminga siya nang malalim at binuksan ang pinto. Pagkapinid pa lang no'n ay namilog ang mata niya't kumabog nang mabilis ang kanyang dibdib nang makita si Drew sa labas ng bahay nila.

Hindi siya makapaniwala sa kanyang nakikita. Dininig ba nito ang hiling niya kanina? Kung ganoon, totoo ang sinabi ng lalaki na magpapakita ito sa kanya.

"D-Drew?"

Wala siyang ibang nasabi kung hindi ang pangalan nito. Gulat na gulat talaga siya.

Lumapit si Drew sa kanya. Agad siya nitong niyakap na ikinabilog ng kanyang mga mata. Inilapit nito ang bibig sa kanyang punong-tainga `saka bumulong. "Narito na ako, Olga. Tinupad ko na ang hiling mo. Salamat at lumaban ka para sa pagmamahalan natin."

Todo sa pagkabog ang kanyang dibdib. Nakaguhit pa rin sa kanyang mukha ang pagkagulat. Magsasalita na sana siya upang alamin kung bakit nangyayari ang misteryong ito nang bigla siyang halikan ni Drew.

Natigagal si Olga sa una't pinakiramdaman ang halik nito. Hanggang sa kusa na lang siyang nagpaubaya. Kahit naguguluhan, nanaig pa rin ang pagpapantasya niya sa lalaking pinapangarap. Nakipag-espadahan siya rito ng dila. Nilunod nila ang sandali sa malalalim na halik.

Nanatili silang magkayakap habang naghahalikan hanggang sa makarating sila sa kuwarto niya. Doon naganap ang mainit na tagpo.

KINAUMAGAHAN ay bumangon si Olga nang makarinig ng katok sa kanilang pintuan. Tiningnan niya si Drew sa kama't nakitang mahimbing pa ang tulog nito. Kung ganoon ay totoo ngang may naganap sa kanila. Totoong nakapiling niya si Drew kagabi.

"Umaga na pala. Sino kaya'ng kumakatok?"

Binuksan niya ang pinto nila't pulis agad ang bumungad sa kanya.

"Kayo po ba si Olga Falcon?"

"O-Oo. Ako nga. B-bakit po?"

"Inaaresto ka namin, Olga, sa paggamit ng droga at pagpatay kay Drake Santos." Ipinakita nito sa kanya ang warrant of arrest at mga ebidensiya. Isa na roon ang nakasupot sa plastik kung saan naroon ang ID niya!

Hindi niya alam na naisama pala niya ang ID noong isinilid niya sa plastic garbage ang katawan ng huling biktima niya.

"A-ano'ng ibig s-sabihin nito? S-sino si Drake Santos? Hindi po ako nagdo-droga kahit halughugin n'yo pa bahay ko," utos niya.

Pumasok nga ang mga pulis at nilibot ang buong kabahayan. Hanggang sa pumasok ito sa kanyang kuwarto. Nagulat siya nang ipinakita sa kanya ng isang pulis ang mga pakete ng droga.

"Ngayon mo sabihin na hindi ka gumagamit ng droga, Olga. Kung ganoon, ano itong mga pakete ng droga sa iyong kama?"

Gulat na gulat si Olga sa kanyang nakita. Naguguluhan siya sa lahat ng nangyayari. Hindi niya rin alam kung nasaan si Drew.

"Magpapaliwanag ako. Teka? Nasaan si Drew? Nariyan lang siya sa kama, ha! Nakatabi ko pa siya kagabi. Ano'ng nangyari?" naguguluhang wika niya.

"Sa presinto ka na magpaliwanag."

NAKULONG si Olga dahil sa murder at excessive na paggamit ng droga. Isa raw sa side effect nito'y ang Tulpa Effect. It is like having an imaginary friends. But unlike imaginary friends, sa Tulpa ay hindi nawawala ang tao at mananatili sila sa isipan at panaginip mo habang buhay. Palagi mo silang iniisip na parang totoo sila. They will stay with you forever. Isang imahinasyon na nagiging totoo na sa isipan ng isang tao't parang nagiging sunud-sunuran sila nito.

Iyon ang kaso na nakarating kay Olga habang hinuhusgahan siya sa husgado. Kahit naguguluhan ay hindi pa rin nagsi-sink in sa kanya ang lahat.

Mas lalo pang naging komplikado ang isipan ni Olga nang malaman na si Drake Santos—ang huling biktima niya—ay kapatid ni Drew Santos, ang lalaking nagpapakita sa kanya sa panaginip at imahinasyon. Nang ipakita ang litrato ni Drew na kapatid ni Drake sa kanya ay iyon nga mismo ang lalaking tinutukoy niya.

Naguluhan si Olga. Doon niya napagtantong maraming hiwaga ang bumabalot sa mundo na hindi kayang bigyan ng solusyon miski ng siyensa.

Naisip niyang kung totoo ngang may sakit siyang Tulpa Effect, papaanong nangyari na kapatid pala ni Drake Santos si Drew Santos na two years ng namatay?

Multo o nilalang ba si Drew o produkto lamang ito ng kanyang sakit?

"Huwag kang mag-alala, Olga. Itatakas kita rito sa kulungan."

Parang baliw na ngumisi si Olga habang nakatingin sa labas ng rehas kung saan naroo't nakatayo si Drew.

"Sana dinala na lang sa mental hospital iyang babae na iyan! Tingnan mo, oh! Nakangiti ng mag-isa!" wika ng isang pulis habang nakatingin kay Olga.

WAKAS

About the Author

Jemar Rayter Pigar is simply a horror lover. He started writing since when he was in Grade-7. He is a bibliophile. He's now a 2nd year college at the University Of Eastern Philippines—Pedro Memorial Campus. He already have four published book and this book is his big achievement of being a writer. He is also the writer of the campus journalist when he was in Grade-12. Jemar loves reading most especially horror stories. One thing that's weird about him is he always fantasize his idol or labnalab named Draven Black. Last, he is proud being an INC member.

www.ingramcontent.com/pod-product-compliance
Lightning Source LLC
LaVergne TN
LVHW041556070526
838199LV00046B/1990